GUSTO KONG MAGBIGAY
I LOVE TO SHARE

Shelley Admont
Sa Pagguhit nina Sonal Goyal at Sumit Sakhuja

www.sachildrensbooks.com
Copyright©2015 by S. A. Publishing
innans@gmail.com

All rights reserved. No part of this book may be reproduced in any form or by any electronic or mechanical means, including information storage and retrieval systems, without written permission from the publisher or author, except in the case of a reviewer, who may quote brief passages embodied in critical articles or in a review.
possessore del copyright.
First edition, 2015
Translated from English by Melissa S. Lobo
Isinalin mula sa Ingles ni Melissa S. Lobo

I Love to Share (Tagalog Bilingual Edition)/ Shelley Admont

ISBN: 978-1-77268-949-5 paperback
ISBN: 978-1-77268-950-1 hardcover
ISBN: 978-1-77268-948-8 eBook

Please note that the Tagalog and English versions of the story have been written to be as close as possible. However, in some cases they differ in order to accommodate nuances and fluidity of each language.

Although the author and the publisher have made every effort to ensure the accuracy and completeness of information contained in this book, we assume no responsibility for errors, inaccuracies, omission, inconsistency, or consequences from such information.

Para sa mga pinakamamahal ko—S.A.
For those I love the most—S. A.

"Tingnan mo kung gaano karami ang aking mga laruan," sabi ni Jimmy, ang munting kuneho nang iniikot ang paningin sa kuwarto.

"Look at how many new toys I have," said Jimmy the little bunny, looking around the room.

Tapos na ang pagdiriwang sa kanyang kaarawan at ang kuwarto ay puno ng mga regalo.

His birthday party was over and the room was full of presents.

"Napakasaya ng iyong kaarawan, Jimmy," sabi ng pangalawa niyang kuya.

"Oh, your birthday party was so fun, Jimmy," his middle brother said.

"Maglaro tayo," sabi naman ng panganay nilang kapatid. Kinuha niya ang pinakamalaking kahon. *"May malaking tren sa loob!"*

"Let's play," said his oldest brother. He took the largest box. "There's a huge train inside!"

Biglang lumundag si Jimmy at inagaw niya ang kahon. "Wag mo itong hawakan!" sigaw niya. "Lahat ng mga regalong ito ay sa akin lang!"

Suddenly, Jimmy jumped to his feet and grabbed the box. "Don't touch it! It's my train!" he cried. "All these presents are **MINE!**"

"Pero Jimmy," sabi ng panganay nilang kapatid, "lagi tayong magkasamang naglalaro. Ano'ng nangyari sa iyo ngayon?"

"But, Jimmy," said the oldest brother, "we always play together. What happened to you today?"

Ngayon ay aking kaarawan. At mga laruan ko ito," sigaw ni Jimmy.

"Today is MY birthday. And these are MY toys," Jimmy screamed.

"Maglaro na lang tayo ng basketbol," sabi ng panganay nilang kapatid. Sumilip siya sa bintana. "Maganda at maaraw ngayon."

"We better go play basketball," said the oldest brother. He glanced out the window. "It's nice and sunny today."

Kinuha ng magkapatid na kuneho ang bola at lumabas. Naiwang mag-isa sa loob ng kuwarto si Jimmy.

The two bunny brothers took a ball and went outside. Jimmy stayed in the room on his own.

"Oo!" sigaw niya. "Ngayon ay sa akin na ang lahat ng mga laruan! Magagawa ko kung anuman ang gusto ko!"

"Yeah!" he exclaimed. "Now all the toys are for me! I can do whatever I want!"

Kinuha niya ang malaking kahon at masaya niya itong binuksan. Sa loob ay mayroong riles ng tren at isang bagong makulay na tren. Kailangan na lamang niyang pagdugtungin ang mga riles.

He took a large box and opened it happily. Inside he found a rail trail and a new colorful train. He just needed to put the rail trail together.

"Naku, napakaliit naman ng mga pirasong ito!" sabi niya na hawak ang mga piraso ng riles ng tren. "Paano ko ito bubuuin?"

"Oh, these pieces are too small!" he said, holding the rail trail parts. "How should I connect them together?"

Kahit papaano ay nabuo naman niya ang riles, ngunit hindi maayos ang pagkakabuo nito. Nang paandarin na niya ang bago niyang tren, tumigil ito sa kalagitnaan ng riles.

Somehow he built the rail line, but it came out crooked. When he finally turned on his new colorful train, it got stuck on the track.

Tumingin sa paligid si Jimmy at nakita niya ang isa pang kahon.

Jimmy looked around and spotted another box.

"Walang dapat ipag-alala, marami pa akong mga bagong laruan," sabi niya at kinuha ang isa pang regalo. Sa loob nito ay mayroong mga superhero na mga laruan.

"No worries. I have more new toys," he said and took another present. Inside there were superhero toys.

"Wow!" bulalas ni Jimmy. Nagsimula na siyang magtatakbo sa loob ng kuwarto habang nasa kamay niya ang mga laruan niyang superhero.

"Wow!" exclaimed Jimmy. He started to run around the room with new superhero toys in his hands.

Nang magtagal ay napagod at nainip siya. Sinubukan niya ang lahat. Pinaglaruan ang kanyang paboritong teddy bear at binuksan pa niya ang lahat ng mga regalo, pero hindi pa rin siya masaya.

Soon he became tired and bored. He tried everything. He played with his favorite teddy bear and he even opened all his presents, but it was not fun at all.

Tumingin sa bintana si Jimmy at nakita niya ang mga kapatid niya na masayang naglalaro ng basketbol. Maganda ang sikat ng araw at nagtatawanan ang mga kapatid niya habang masayang naglalaro.

Jimmy watched through the window and saw his brothers playing cheerfully with their basketball. The sun was shining brightly, and they were laughing and enjoying themselves.

"Bakit napakasaya nila? Isa lang naman ang bola nila!" sabi ni Jimmy. "Lahat ng laruan ay nasa akin."

"How are they having so much fun? They only have one basketball!" said Jimmy. "All the other toys are here with me."

At may narinig siyang kakaibang boses.

Then he heard a strange voice.

"Nagbibigayan sila," sabi nito.

"They SHARE," it said.

Tumingin sa paligid si Jimmy at tumitig sa kayang kama kung saan nakaupo ang kanyang teddy bear. Ang boses ay nagmumula roon.

Jimmy looked around the room, staring at his bed where his teddy bear sat. The voice came from *there*.

"Nagbibigayan sila," pag-uulit ng kanyang teddy bear nang nakangiti.

"They share," repeated his teddy bear with a smile.

Namamanghang tumingin sa kanya si Jimmy. Hindi niya naisip na masaya pala ang magbigayan.

Jimmy looked at him amazed. He never thought that sharing could be fun.

Umiling siya. "Hindi …Ayokong magbigay! Mahal ko ang mga laruan ko."

Jimmy shook his head. "No…I don't like to share. I love my toys."

"*Subukan mo,*" pagpipilit ng kanyang teddy bear. "*Subukan mo lang.*"

"Try it," insisted his teddy bear. "Just try it."

Samantala, nagbago ang panahon. Nagsimulang dumilim ang kalangitan at pumatak ang malalaking patak ng ulan.

Meanwhile the weather changed. Dark clouds covered the sky and large raindrops started falling to the ground.

Nagtatawanang tumakbo sa loob ng bahay ang dalawang kuya ni Jimmy.

Laughing, the two bunny brothers ran into the house.

"Oh, basa na kayo," sabi ng Nanay nila. "Magpalit na kayo ng damit at gagawan ko kayo ng mainit na tsokolate."

"Oh, you're all wet," said Mom. "Go change your clothes and I'll make you hot chocolate."

"Halika Jimmy, gusto mo rin ba ng mainit na tsokolate?" tanong ng nanay ni Jimmy. Tumango si Jimmy.

"Come, Jimmy, do you want hot chocolate too?" she asked. Jimmy nodded.

Binuksan ni nanay kuneho and fridge para kunin ang gatas." Tingnan mo, mayroon pang maliit na pirasong cake ang natira mula sa pagdiriwang ng kaarawan mo."

Mom opened the fridge to grab the milk. "Look, there's a small piece of your birthday cake left."

Tumalon si Jimmy papunta sa kanyang nanay. "Oo nga, maari ko bang kainin? Napakasarap niyan!"

Jimmy jumped to his feet. "Yeah, can I have it? It was so tasty!"

Nang mga sandaling iyon, pumasok din sa kusina ang kanyang dalawang kapatid.

At that moment, his brothers entered the kitchen.

"Cake ba ang sabi mo?" tanong ng pangalawa niyang kuya.

"Did you say cake?" asked the middle brother.

"Gusto ko din ng cake." dagdag pa ng panganay na kapatid ni Jimmy.

"I'd like a piece," added the oldest brother.

Sinundan sila ng kanilang ama,"Ito ba ay…birthday cake?"

Their father followed them. "Is this a…birthday cake?"

Ngumiti ang nanay kuneho ng marahan. "Ahh…isang maliit na piraso na lamang ang natira. At lima tayo."

Mom smiled softly. "Ahh…there is actually a tiny little piece left. And there are five of us."

Pinagmasdan ni Jimmy ang kanyang pinakamamahal na pamilya at may naramdaman siyang tuwa sa kaibuturan ng kanyang puso. Alam na niya kung ano ang dapat niyang gawin sa mga oras na iyon at ang sarap niyon sa pakiramdam niya.

Jimmy looked at his loving family and felt a warm feeling spread from his heart. He knew what he needed to do and it felt so good.

"Maari tayong magbigayan," sabi niya. "Hatiin natin ito sa limang piraso."

"We can share," he said. "Let's cut it into five pieces."

Lahat ng miyembro ng pamilyang kuneho ay tumango. Pagkatapos ay umupo sila sa paligid ng mesa at ang lahat ay nakakain ng maliit na piraso ng birthday cake at mainit na tsokolate.

All the members of the bunny family nodded their heads. Then they sat around the table and everyone enjoyed a piece of birthday cake and a hot chocolate.

Minasdan muli ni Jimmy ang pamilya niya na masaya at naisip niya, Masarap din pala sa pakiramdam ang magbigayan.

Jimmy glanced at their smiling faces and thought, *Sharing can actually feel very nice after all.*

Nang matapos na sila, pinuntahan ni nanay kuneho si Jimmy at niyakap ito. "Maligayang kaarawan, Jimmy," sabi niya.

When they finished, Mom came to Jimmy and gave him a huge hug. "Happy birthday, honey," she said.

At ang dalawa pa niyang kapatid at tatay ay nakiyakap na rin. "Maligayang kaarawan, Jimmy," bati nilang lahat.

The two older brothers and their dad gathered around them and shared the family hug. "Happy birthday, Jimmy," they screamed together.

Ngumiti si Jimmy. "Gusto niyo bang laruin natin ang mga laruan ko?" tanong niya sa kanyang dalawang kuya. "Mayroon akong bagong tren at mga superheroes."

Jimmy smiled. "Do you want to play with my toys?" he asked his brothers. "I have a new train and new superheroes."

"Oo! Tara't maglaro!" sigaw ng magkakapatid na kuneho.

"Yeah! Let's play!" shouted the bunny brothers.

Sama-sama nilang binuo ang riles n tren. Pumito ang laruang tren at umandar ito ng napakabilis sa riles.

Together Jimmy and his brothers built a perfect rail trail. The train whistled and ran fast around the track.

Pagkatapos ay binuksan din nila ang iba pang regalo at pinaglaruan ang mga laruan.

Then they opened the presents and played with all their toys.

Mula noon, nagustuhan na ni Jimmy ang magbigay. Ang sabi pa nga niya ay masaya ang magbigay.

From then on, Jimmy loved to share. He even said that sharing is fun!

www.ingramcontent.com/pod-product-compliance
Lightning Source LLC
Chambersburg PA
CBHW051303110526
44589CB00025B/2927